பொருளடக்கம்

கறை படிந்த மனிதம்

ஜெயலட்சியா வி. கோ.

notionpress.com

INDIA • SINGAPORE • MALAYSIA

ISBN 979-8-89026-715-3

முகவுரை

மனிதர்கள் வாழும் வாழ்க்கையைத் தீர்மானிப்பது அவர்கள் அல்ல! சூழ்நிலைகளே...! எனவே, வெவ்வேறு விதமான மனித இயல்புகளை எடுத்துக் கூறி, சமுதாயத்தில் நடக்கும் அவலங்கள் பலவற்றை உங்கள் கண் முன் எடுத்து வர என்னால் முடிந்த வரை முயன்றுள்ளேன்! எனக்கும் என் மனசாட்சிக்கும் நடந்த வினாடி வினாதான் இந்தப் புத்தகம் என்றே கூறலாம்!

ஒரு குறிப்பிட்ட வினாவை நோக்கியே கறை படிந்த மனிதம் உங்களை அழைத்துச் செல்லும்... எனக்குத் தோன்றிய பல கருத்துகளை உங்களுடன் பகிர்ந்துள்ளேன்.... அது சில இடங்களில் தவறாக இருக்கவும் வாய்ப்புள்ளது. தவறிருப்பின் திருத்திக்கொள்வேன்! இருப்பினும், எனக்குத் தோன்றிய கருத்துகளைச் சுதந்திரமாக சொல்ல எனக்குக் கிடைத்த வாய்ப்பாகவே இதை நான் பார்க்கிறேன்!

- வி.கோ.ஜெயலட்சியா.

அத்தியாயம்
ஒன்று

மனசாட்சியின் கேள்வி!

மனிதனாகப் பிறக்கும் ஒவ்வொருவருக்கும் சம உரிமை அளிக்கப்பட வேண்டும். அனைவரையும் சமமாக மதிக்க வேண்டும். ஆனால், இவை எதுவும் நடப்பதில்லை!! ஒரு மனிதன் பிறக்கும் இடத்தை வைத்தே அவனுக்குக் கிடைக்கும் வாய்ப்புகள் தீர்மானிக்கப்படுகின்றன...

அவன் இந்தியாவில் பிறந்தால் கிடைக்கும் வாய்ப்புகளும்... அமெரிக்காவில் பிறந்தால் கிடைக்கும் வாய்ப்புகளும் சமமில்லை. ஏழையின் வீட்டில் பிறக்கும் பிள்ளைக்கும், பணக்காரர் வீட்டில் பிறக்கும் பிள்ளைக்கும் ஒரே மாதிரியான வாய்ப்புகள் அமைவதில்லை...

நம் வாழ்க்கையில் சிலவற்றை இது சரி, இது தவறு எனவும்...இவற்றைச் செய்யலாம், இவற்றை அறவே செய்யக்கூடாது எனவும் பல கருத்துகளை நம் முன்னோர்கள் கூறியுள்ளனர். அவற்றை அவ்வாறே பின்பற்றி வருகிறோம்....

ஆனால், மனிதனின் சிந்தனைகளும், திறன்களும் ஒருவருக்கொருவர் வேறுபடும்போது... எப்படி ஒருவர் சரி, என்று கூறும் கருத்தை மற்றொருவர் எதிர்ப்பில்லாமல் ஏற்றுக்கொள்ள முடியும்?

இதைப் பற்றி நான் சிந்தித்துக் கொண்டிருந்தபோது.... பல கேள்விகள் என் மனதினுள்

எழுந்தன! அவற்றுள் மிக முக்கியாமான கேள்வி... அவரவர் வாழ்க்கையை வாழ...அவரவருக்கு ஒரு கனவு இருக்கும்.

ஆனால், சமுதாயம் அமைத்திருக்கும் சரி தவறு என்ற புதிர் விளையாட்டினுள் சிக்கி, தான் ஆசைப்பட்ட வாழ்க்கையை வாழ முடியாமல், மற்றவர்களுக்காக தங்களை மாற்றிக் கொண்டு நரக வாழ்க்கை வாழ்கிறார்கள்.... அது ஏன்? நமக்குப் பிடித்ததுபோல் நாம் வாழக்கூடாதா? அப்படி வாழ வேண்டும் என்றால் நாம் என்ன செய்ய வேண்டும்?

ஆனால், நன்கு ஆராய்ந்துப் பார்த்ததில் ஒருவரை மட்டும் நாம் எந்த விதமான வெறுப்பும் காட்டாமல், அவர், "சமுதாயத்தால் தவறு" என்று, கூறப்படும் தவறுகள் பலவற்றைச் செய்திருந்தாலும்... நாம் அவரை நேசிப்போம்! வியப்பாக இருக்கிறது அல்லவா?

ஆம்!! எனக்கும் அப்படிதான் இருந்தது... எதற்கு எடுத்தாலும் குத்தம் சொல்லும் நம் மக்கள், அவர் என்ன தவறு செய்திருந்தாலும்.... பிடித்திருக்கிறது என்கிறார்களா? அவரென்ன கடவுளா?...

இல்லை! ஆனால், அனைவரும் அவரை நேசிக்கும் அளவிற்கு அவரிடம் அப்படி என்னதான் இருக்கிறது? என்ற கேள்வி எழுகிறது அல்லவா?

என் மனசாட்சி கேட்ட அனைத்து கேள்விகளுக்கும் எனக்கு விடை கிடைத்தது... அந்த முக்கியமான கேள்விக்கும் சேர்த்து தான். அவர் வாழ்க்கையை அவருக்குப் பிடித்தது போல் அவர் வாழ்வார்... யார் என்ன சொல்வார் எனப் பயப்பட வேண்டாம்...

அடடா!! கேட்கும்போதே மகிழ்ச்சியாக இருக்கிறது அல்லவா? யார் அந்த நபர்? நாமும் அவரைப் போல் வாழ்வதற்கு என்ன செய்ய வேண்டும்? என் மனசாட்சியினுள் எழுந்த மற்ற கேள்விகள் என்ன? அவற்றிற்கு விடைகள் என்ன? வாருங்கள் எல்லாவற்றையும் ஒவ்வொன்றாகப் பார்க்கலாம்...

அத்தியாயம் இரண்டு

பணம் செல்லும் வழியில் மனம்...

பணம் பத்தும் செய்யும். அல்லவா? நமக்குப் பணம் இருந்தால் போதும் வாழ்க்கையில். வேறு எதைப் பற்றியும் கவலையில்லை. ஆனால் மகிழ்ச்சியாக இருக்க பணம் மட்டும் போதாது என்று சினிமாவிலும், நிஜ வாழ்க்கையில் சிலரும் சொல்லிக் கேள்விப்பட்டிருக்கிறோம். இதில் எது உண்மை?

ஒருவரிடம் பணம் இருந்தால் அவர் சொல்வதெற்கெல்லாம் ஆமாம் சாமி போடுவதற்கு எப்போதுமே ஒரு கூட்டம் இருக்கும். அவர்களுக்கு அந்த நபரின் மீது பாசம் இருப்பதைவிட அவரின் பணத்தின் மீது இருப்பதே உண்மையான பாசம்.

ஏன் இவ்வாறு நடிக்க வேண்டும்? உண்மையான மரியாதையும், பாசமும் கிடைக்க பணம் சம்பாதித்தால் மட்டும் போதுமா? இந்தக் கேள்வி ஒரு புறம் இருக்க... பணக்காரர்கள் எல்லாரும் கெட்டவர்கள், ஏழைகள் எல்லாரும் நல்லவர்கள் என்ற கருத்தும் நம் மக்கள் இடையே பரவலாகப் பேசப்படுகிறது.

இந்த கருத்து உண்மையா? எல்லா பணக்காரர்களும் இரக்கமில்லாமல், திமுருடனா இருப்பார்கள்? அதே சமயம், ஏழைகள் அனைவரும் பொறுமைசாலிகளாகவும், பணிவுடனும்

இருப்பார்களா? எல்லோரையும் அப்படி சொல்லிவிட முடியாது. ஒருவர் பணக்காரராக இருந்தாலும், அவர் சம்பாதிக்கும் வழியைப் பொறுத்துதான் அவரை எடை போடுவார்கள்...

அவர் யாரையும் ஏமாற்றாமல், நல் வழியில் பணம் ஈட்டினால், அவரை யாரும் குறை கூற மாட்டார்கள். ஏழையாக இருப்பினும் மற்றவரிடம் நடந்து கொள்ளும் விதத்தைப் பொறுத்துதான் அவரை மதிப்பிடுவார்கள். பணம் இல்லாவிட்டாலும் நற்பண்பு இருந்தால் அனைவருக்கும் அவரைப் பிடிக்க ஆரம்பித்துவிடும்.

ஒரு மனிதனின் குணம், சுபாவம் ஒருவருக்கொருவர் மாறுபடும். அவருடைய குணத்திற்கும் அவரிடம் இருக்கும் பணத்திற்கும் எவ்வித சம்பந்தமும் இல்லை. என்னதான் பணம் வைத்திருப்பவர் கெட்டவராக இருக்கக் கூடும், என நம் மக்கள் யோசித்தாலும், இறுதியில், பணம் இருப்பவர்களிடம்தான் கை கட்டி நிற்பார்கள்.

யாரும் நம்மை எந்தக் கேள்வியும் கேட்கக் கூடாது, நம்மிடம் இருக்கும் பணத்தை எதிர்பார்த்து நம்மிடம் பழகக் கூடாது. இதற்கு நாம் என்ன செய்யலாம்? என்ன செய்தால் நாம் எதிர்பார்க்கும் மரியாதை நமக்குக் கிடைக்கும் என சிந்தித்தேன்....

நீண்ட நேரம் யோசனைக்குப் பிறகு, எனக்கு அதற்கு விடை கிடைத்தது. ஒருவர் இருக்கிறார், அவர் எவ்வளவு பணம் வைத்திருக்கிறார்? அவருக்கு எவ்வளவு சொத்து உள்ளது? என எதையும் பாராமல் அவரை நாம் ஏற்றுக்கொள்கிறோம்.

என்னடா இது? தொட்டதற்கெல்லாம் எடை போடும் நம் மக்களா ஏற்றுக்கொண்டார்கள் என

நீங்கள் கேட்டால், ஆம்!! ஏற்றுக்கொண்டார்கள். சரி, யாரது? அவர் அப்படி என்ன செய்திருக்கிறார்? என கேள்வி எழுகிறது அல்லவா? விடையறிவதற்கு முன்பு, மேலும் பல கேள்விகள் என்னுள் எழுந்தன... அவற்றைக் காணலாம் வாருங்கள்!!

அத்தியாயம் மூன்று

பரிதாபம் ஒரு போர்வை!

இந்த உலகத்தில் பிறந்த ஒவ்வொருவருக்கும், தான் கடந்து வந்த பாதை என்று ஒன்று இருக்கும். அந்தப் பாதை எப்பொழுதும் மகிழ்ச்சியாக இருந்ததில்லை. அந்தப் பாதையில் முள், கல், மலர் என அனைத்தும் கலந்திருக்கும்.

ஒவ்வொருவருக்கும் தன்னுடைய பாதைதான் மிகவும் கடினமானப் பாதை என்று தோன்றும். ஆனால், உண்மையில் பார்க்கப் போனால், அனைவரின் பாதையும் கடினமானதுதான். ஆனால், பலர், தான் கடந்து வந்த கஷ்டங்கள், சோகங்கள், இவற்றை மற்றவரிடம் கூறி பரிதாபம் கிடைக்கப் போராடுவர்.

ஒருவர் மீது நமக்குப் பரிதாபம் ஏற்பட்டு விட்டால், அவரிடம் இருக்கும் மற்ற குறைகள் எதுவும் நம் கண்ணிற்குத் தெரியாது! இந்த பரிதாபத்தை வைத்துதான் பலரும் பல காரியங்களைச் சாதித்து வருகிறார்கள்

"காய்ச்சல் வந்துவிட்டது", என்று தன் குழந்தை பொய்யாக சொல்வதறியாமல், பரிதாபம் காட்டி தன் குழந்தையைப் பள்ளிக்கு அனுப்பாமல் இருக்கும் பெற்றோர் முதல், "தலைவருக்கு உடம்பு முடியாமல் மருத்துவமனையில் சிகிச்சையில்

இருக்கிறார்", என்று பரிதாபப்பட்டு ஓட்டுப் போட்டு அவரை முதல்வராக்கும் நாட்டு மக்கள் வரை.... பரிதாபத்திற்கு அப்படி ஒரு சக்தி உள்ளது!

நாம் பிச்சை போடும் பிச்சைக்காரனுக்குக் கூட ஒரு கண்ணோ, அல்லது காலோ இல்லை என்றால்தான் அவனுக்குக் காசு கொடுக்க நம் மனம் ஒத்துக்கொள்கிறது. அவ்வளவு ஏன், சாலையில் ஒரு விபத்து நடந்தால் கூட, அவருக்குக் காயம் ஆகி இருந்தால்தான் நாம் "அய்யோ!!!", என்று கூச்சலிடுவோம். காரணம், பரிதாபம்.

ஆனால், நம் பெற்றோர், அவர்கள் கடந்து வந்த பாதையை நம்மிடம் கூற வந்தார்கள் என்றால், "போதும் நிறுத்து! நாங்கள் எல்லாம் அந்த காலத்தில்... என்று, உன் புராணத்தை ஆரம்பித்து விடாதே!!", என்று கூறி அவர்களைத் தடுத்திருக்கிறோம். நம் நண்பர்கள் அவர்களுடைய காதல் தோல்வி கதையை மீண்டும் கூற வந்தால், அதை நாம் யாரும் காது கொடுத்துக் கேட்பதில்லை.

ஏன்? ஏனென்றால்.... நமக்கு நம்முடைய சோகத்தை மற்றவரிடம் சொல்லதான் பிடிக்கும். ஆனால், மற்றவரின் சோகத்தைக் கேட்கப் பிடிக்காது. இது மனித இயல்பு. ஆனால், எவ்வித எதிர்ப்பார்ப்புமின்றி ஒருவர் கூறும் கதைகளை நாம் கேட்போம்!...

என்னமோ, நாமே அவர் கூட வாழ்ந்தது போல, அவர், அவருடைய கதையைக் கூறும் போது, நம்மை அறியாமல் கண்ணீர் உருண்டோடும்.

அவர் யாரென்று நான் கேட்டபோது என் மனசாட்சி அளித்த பதில் என்னை வியப்படைய வைத்தது!!... ஆனால், அவரைப் பற்றி தெரிந்துக் கொள்வதற்கு முன், அதை விட சுவாரஸ்யமான பல கேள்விகள் எழுந்தன...

அத்தியாயம் நான்கு

மற்றொரு கோணத்தில் சிந்தித்தால்…

நாம் அனைவரும் ஒரு கதையை, அல்லது ஒரு செய்தியை வேறு வேறு கோணங்களில் காண்போம். ஆனால், சமுதாயத்தில் சில விஷயங்களில் மட்டும் நம்முள் பெரும்பாலானவர்கள், ஒரே கோணத்தில் காண்கிறார்கள். எடுத்துக்காட்டாக, சமையல் தெரியாத பெண்களிடம் " நீ வருங்காலத்தில் சமையல் தெரியாமல் என்ன பாடு பட போகிறாயோ!" என்று கூறுவது வழக்கம்.

அது போலவே, "வண்டி ஓட்டத் தெரியாத ஆண்களிடம்," ஒரு ஆணாக இருந்து கொண்டு, இது கூட தெரியவில்லையா?" என்று அவர்களை ஏளனம் செய்வது வழக்கம்! இது மட்டும் அல்ல. இது போல் நிறைய கருத்துகள் உள்ளன.

ஆட்டைக் கொன்றால், தண்டனை இல்லை. ஆனால், ஆளைக் கொன்றால் உண்டு. விலை உயர்ந்த உணவகத்திற்குச் சென்றால் தட்டில் பணத்தை மீதம் வைத்து விட்டு வருவதும், சாலையோர கடைகளில் பேரம் பேசுவதும், என்று கூறிக்கொண்டே போகலாம்.

அவ்வளவு ஏன்… கடையில் whisper வாங்கும் போது கருப்பு நெகிழிப்பையினுள் மறைத்து,

ஏதோ போதைப்பொருளைத் தருவது போல் தருவர். ஆனால் பீடி, சுருட்டுகளை சோப்பு, சீப்பு போல எடுத்து தருவர். ஒருவன், தன் முதல் காதலில் தோல்வியுற்று, மற்றொரு பெண்ணைக் காதலித்தால், அவனை பெண்கள் விஷயத்தில் கொஞ்சம் ஒரு மாதிரி என்று ஏளனம் செய்வார்கள்.

ஆனால், இதுவே ஒரு கணவன் தன் மனைவியை, பாலியல் துன்புறுத்தல் செய்தால், அதை யாரும் பெரிதாகக் கண்டுகொள்வதில்லை. அவன் மனைவி, அவன் உரிமை, என்று கூறிவிடுவார்கள். இப்படி பல கருத்துகள் உள்ளன. இவை ஏன் இப்படி இருக்க வேண்டும்?

ஏன் பெண்ணென்றால் கட்டாயம் சமைக்கத் தெரிந்திருக்க வேண்டுமா என்ன? அவளுக்குப் பிடித்திருந்தால், சமையல் கலையில் நாட்டமிருந்தால், கற்றுக்கொள்ளட்டும். இல்லையென்றால், வேறு எதில் விருப்பம் இருக்கிறதோ அதைப் பயின்றுக்கொள்ளலாம்.

அதே போல் ஆண் என்றால் கட்டாயம் வண்டி ஓட்டத் தெரிய வேண்டுமா என்ன? அவனுக்கு விருப்பம் உள்ளதா என்று யாரும் நினைப்பதில்லை. நம் விருப்பத்திற்கு எதையும் செய்ய முடியாமல் பிறருக்காக நம்மை நாமே மாற்றிக்கொள்ள வேண்டிய கட்டாயத்தில் இருக்கிறோம்.

நாம் ஏன் மாற்றிக் கொள்ள வேண்டும்? வாழ்வது ஒரு முறை. அதை நமக்காக நமக்குப் பிடித்தது போல் வாழ்ந்தால்தானே நமக்கு நிம்மதி கிடைக்கும், என் என் மனதினுள் எழுந்த இந்த வினாவுக்கு விடை கிட்டியது!!

நீங்கள் நினைப்பது சரி தான்! ஒருவர் இருக்கிறார்… அவர், அவருக்குப் பிடித்தது போல் வாழ்வார். மற்றவரின் விருப்பத்தைப் பற்றி கவலைப்படாமல், யாருக்கும் பயப்படாமல் இருப்பார்.

அதே சமயம், நம் மக்களும் அவரை எந்தக் கேள்வியும் கேட்க மாட்டார்கள். அவர் விருப்பப்படி அவர் வாழ்ந்தாளும், நாம் எல்லோரும் அவரை ரசிப்போம்.

விடையறிய விழைகிறீர்கள் என அறிவேன் மக்களே…. அடியேனுக்காகச் சற்றுக் காத்திருங்கள்… அடுத்தக் கேள்விக்குச் செல்லலாமா??

அத்தியாயம் ஐந்து

நாத்திகம் பேசுவோம்!!

நாத்திகமா.... அய்யய்யோ!!! என நினைக்காதீர்கள். நான் நாத்திகவாதிதான். இருப்பினும், உங்களுக்குக் கடவுள் பக்தி இருப்பின், உங்களை நாத்திகத்திற்கு வருமாறு வற்புறுத்த மாட்டேன்!

என்னைப் பொறுத்தவரை கடவுள் என்றால் என்ன? அதனால் நம் சமூகத்தில் ஏற்பட்ட விளைவுகள் என்ன? என நான் அறிந்தவற்றை உங்களுடன் பகிர்கிறேன்...

பொதுவாகவே நம்மைக் கட்டுப்படுத்த ஒரு ஆளுமை தேவைப்படுகிறது. சிறு வயதில், தவறு செய்தால் அம்மா அடிப்பாள் என்னும் பயத்தில் நாம் தவறு செய்யாமல் இருப்போம்.

வளர்ந்தப் பின் ஏதேனும் தவறு செய்தால், காவல்துறை தண்டிக்கும் என தவறு செய்ய அச்சப்படுவோம். எனவே, நாம் தவறு செய்யாமல் இருக்கப் பயம் தேவைப்படுகிறது.

அந்தப் பயம் தான் கடவுள். நம்மை விட பெரிய சக்தி ஒன்று உள்ளது. அது நாம் தவறு செய்தால் தண்டிக்கும் என்ற பயம் இருந்தால், நாம் எந்தத் தவறும் செய்ய மாட்டோம் என நம் முன்னோர்களின் கற்பனையால் தோன்றியதே இந்தக் கடவுள்.

இது என்னுடைய கருத்து. இது தான் சரி என்றும், பயம் தான் கடவுள் என்பதற்கும், எந்த ஆதாரமும் இல்லை! நான் கடவுளை இவ்வாறு புரிந்திருக்கிறேன்....இதை முழுவதுமாக ஏற்றுக்கொள்ள உங்களுக்கு விருப்பமில்லை என்றாலும், இது உண்மையாக இருக்கக்கூடும் என்று உங்களில் சிலர் நினைக்கலாம்...

நன்றாகச் சிந்தித்துப் பாருங்கள்.... "இதைச் செய்யாதே! சாமி கண்ணைக் குத்தும்", என நம் அம்மா நம்மிடம் கூறி இருப்பார்கள். இப்படி பல முறை வெவ்வேறு விதமான வார்த்தைகளை நாம் கேட்டிருப்போம். இதெல்லாம் நாம் ஒழுக்கமாக இருக்க வேண்டுமென சித்தரிக்கப்பட்டிருக்கிறது. அப்போது, ஏன் தவறுகள் நிகழ்கிறது? என நீங்கள் கேட்டால்...

மனிதர்களாகிய நாம், தண்டனை கிடைக்காத எந்தத் தவறையும் செய்ய அஞ்ச மாட்டோம். "சாமி கண்ண குத்தும்", என்று அம்மா கூறிய போதும் குழந்தைகள் பொய் சொல்வதை நிறுத்துவதில்லை. காரணம், சாமி எப்போதும் வந்து, கண்ணைக் குத்துவதில்லை.

எனவே, துணிவுடன் குழந்தை தவறு செய்கிறது. ஆனால், கொலை செய்தால், உண்மையிலேயே சிறை தண்டனை கிடைக்கும் எனத் தெரிந்த பின்பு பெரும்பாலானோர் அந்தத் தவறை செய்வதில்லை.

அதுவும் இல்லாமல், நம் பிரச்சனையைத் தீர்க்க உழைக்காமல் சுலபமாக ஏதேனும் வழி இருக்கிறதா? என முதலில் தேடுவோம். பணம் செலவாகாமல், துன்பப்படாமல் யாராவது வந்து உதவ மாட்டார்களா என ஏங்குவோம்.

அதனால், கடவுள் நம்மை விட சக்தி படைத்தவர், அவருக்கு பல பூஜைகள் செய்தால், நம் பிரச்சனையைக் காது கொடுத்து கேட்பார், என உங்களில் பலர் நினைத்திருக்கலாம்....ஆனால், உண்மையில் நீங்கள் ஆயிரம் பூஜை செய்தாலும், எந்த மதக் கடவுளை வழிப்பட்டாலும், கீதை, குரான், பைபிள், என அனைத்துப் புத்தகங்களைப் படித்தாலும், உங்கள் பிரச்சனையை நீங்கள் மட்டுமே தீர்க்க முடியும்!!

"இந்தப் பரிகாரம் செய்தால் உங்கள் பிரச்சனை தீர்ந்துவிடும். நான் இயேசுவின் மறு பிறவி, இதைச் செய்தால், உங்கள் துன்பங்கள் போய்விடும். அல்லாவைத் தினமும் தொழுதால், சரியாகிவிடும்", என்று யார் வந்து கூறினாலும் நம்பாதீர்கள். இப்படி நம்புவதால்தான் நாட்டில் பல போலிச் சாமியார்கள் உருவாகி சமூகத்தைச் சிதைத்துக் கொண்டிருக்கிறார்கள்!

"சாலையில் தெரியாத நபர் எது கொடுத்தாலும் வாங்கிச் சாப்பிடாதே", என்று புத்தி கூறும் தாய்மார்களைக் கூட ஏமாற்றிவிடுகிறார்கள், இந்த மோசக்காரர்கள்.

திருவிழாவில், "அப்பா கையை விட்டுவிடாதே" என்று, தன் பிள்ளையைப் பாதுகாப்பாக அழைத்துச் செல்லும் தந்தை கூட, Whatsappஇல் ஒரு சாமி புகைப்படத்தை 25 பேருக்கு அனுப்பினால் நல்லது நடக்கும் என்றால்... ஏமாறுவது உண்டு!

நான் மிகவும் புத்திசாலி, என்னை யாரும் ஏமாற்ற முடியாது என்று கூறுபவர்கள் கூட, இந்தப் பரிகாரத்தைச் செய்தால்தான் உங்கள், ஜாதகத்தில் உள்ள தோஷம் நீங்கும் என்றால், உடனே

செய்துவிடுவர். எதற்குத் தேவை இல்லாமல், இவற்றை எல்லாம் நாம் செய்ய வேண்டும் என்று யோசித்து இருக்கிறீர்களா?

யோசித்திருக்க மாட்டீர்கள். அப்படியே யோசித்திருந்தாலும், "நம் முன்னோர்கள் எதையும் காரணமின்றி, சொல்லி இருக்க மாட்டார்கள், முந்திரிக் கொட்டை போல் கேள்வி கேட்காதே, இப்படி எல்லாம் பேசினால் சாமி குத்தம் ஆகிவிடும்", போன்ற பல அர்த்தமற்ற கருத்துகளை காதில் வாங்கி இருப்பீர்கள். ஏனென்றால், நானும் வாங்கி இருக்கிறேன்!

நம் முன்னோர்கள் பின்பற்றிய அரசர் ஆட்சி, சதி(உடன்கட்டை ஏறுதல்), ஆண்கள் பல பெண்களை மணக்கலாம், போன்ற பல கருத்துகளையும் நாம் பின்பற்றி இருக்க வேண்டும் அல்லவா?

ஆனால், அவற்றை நமக்கேற்றவாறு மாற்றிக் கொண்டோம். மற்றவற்றை மாற்றினால் மட்டும், சாமி கண்ணைக் குத்திவிடும் என்று தவறாமல் சொல்லி வளர்த்திருப்பார்கள்!

கடவுள் நம்பிக்கை இருப்பது தவறா? என்று கேட்டால்.... இல்லை! அது உங்களின் தனிப்பட்ட விருப்பம்! கடவுள் பக்தி இருப்பதனால், உங்களின் சுய ஒழுக்கமும், நற்குணங்களும் மெருகேறுகிறது என்றால்.... எதுவும் தவறில்லை!

மற்றவர்களைக் காயப்படுத்தாமல், யாரிடமும் ஏமாறாமல் வாழ வேண்டும். ஆனால், கடவுளின் பெயரைச் சொல்லி சமுதாயத்தைச் சீரழிக்க வாய்ப்பிருக்கும் என்றால்... அது கடவுளாகவே இருந்தாலும்... நான் ஏற்றுக்கொள்ள மாட்டேன்!!

சரி, என் மனதில் எழுந்த அந்தக் கேள்வி என்ன?அதைக் கேட்க ஆர்வமாக இருக்கிறீர்களா? பொதுவாக, நம் மக்கள் அனைவரும் கடவுள் பக்தி உள்ளவர்கள்தான்....என்போன்றநாத்திகவாதிகளைக் கண்டாலே, விநோதமாகப் பார்ப்பார்கள்.

திமிரு பிடித்தவர்கள், எனப் பட்டம் சூட்டுவார்கள்! ஆனால், அந்த ஒரு நபருக்குக், கடவுள் நம்பிக்கை இருந்தாலும், இல்லை என்றாலும் சரி, அவரை ஏற்றுக் கொள்வார்கள். மேலும் கொண்டாடுவார்கள்! அவர் யார்?...

அத்தியாயம்
ஆறு

பெண்ணியம் பழகு!!

என்னது பெண்ணியமா?! என்று அதிர்ச்சி ஆகிவிட்டீர்களா மக்களே!! அனல் பறக்கும் விவாதத்திற்குத் தயாரா? ஆண் பெருசா? இல்லை பெண் பெருசா? என்று....

இதைப் பற்றிதான் நான் பேசப் போகிறேன் என்று நீங்கள் நினைத்திருந்தால்.... பெண்ணியத்தை நீங்கள் தவறாகப் புரிந்திருக்கிறீர்கள் என்று அர்த்தம்.

பெண்ணியம் என்பது, ஆணும் பெண்ணும் சமம். இருவருக்கும் ஒரே விதமான மரியாதையையும் அன்பையும் அளிக்க வேண்டும் என்பதே ஆகும். பெண்ணிடம் இருந்து வரதட்சணை வாங்குவது தவறென்றால், 6 digit இல் மாப்பிளைக்குச் சம்பளம் இருக்க வேண்டும் என்று எதிர்ப்பார்ப்பதும் தவறு தான்.

பெண்ணியம் என்றாலே பலரும் நினைத்துக் கொண்டிருப்பது, ஆண் செய்யும் தவறை, பெண்ணும் செய்ய நடத்தும் உரிமைப் போராட்டம், என்று. ஆனால், உண்மையான பெண்ணியம் எந்தத் தவறுக்கும் துணைப் போகாது.

ஒரு ஆண் புகையிலையை உட்கொண்டாலும், ஒரு பெண் அதை உட்கொண்டாலும், இருவருக்குமே உடல்நலம் பாதிக்கப்படும்.

ஆனால், அதைச் சமமாகப் பார்க்காமல், ஒரு ஆண் டி கடையில் நின்று புகைப் பிடித்தால், கண்டுகொள்ளாமல் செல்லும் நம் மக்கள், அதுவே ஒரு பெண் அவ்வாறு செய்தால் அவளை அவமானப்படுத்துகிறது.

கேட்டால், ஆண்கள் புகைப் பிடிப்பது வழக்கம்தான்... ஆனால் ஒரு பெண்ணாக இருந்துகொண்டு, இப்படிச் செய்வது கலாச்சார சீர்கேடு! என்று கூறுவர்.

தினமும் ஒருவர் தவறு செய்கிறார் என்பதால், அது சரி ஆகிவிடாது. ஆண் செய்தாலும், பெண் செய்தாலும் தவறு, தவறுதான். இருவருக்கும் பாதிக்கப்படப்போவது நுரையீரல்தான்.

எனவே, பொது இடத்தில் நின்று யார் புகைப் பிடித்தாலும் தவறுதான் என்ற மன நிலைக்கு வாருங்கள். அப்படி ஆண்கள் செய்தால் தவறில்லை என்று நினைப்பவர்கள், பெண்கள் செய்தாலும், வாயை மூடிக்கொண்டுதான் இருக்க வேண்டும்!!

அதே போல், ஒரு பேருந்து நிலையத்தில் ஒரு ஆணும் பெண்ணும் நின்று கொண்டிருக்கையில், அந்தப் பெண், சுற்றி இருப்பவரிடம் அந்த ஆணைப் பற்றி தவறாக ஏதேனும் சொல்லிக் கூச்சலிட்டால், உடனே அவள் சரியாகத்தான் சொல்லி இருப்பாள், எனக் கருதி அவரை, வெளுத்து வாங்கி இருப்பார்கள் நம் மக்கள்.

எல்லோரும் மனிதர்கள்தான். சூழ்நிலைவாதிகள்தான். அந்த ஆண் தவறிழைத்திருக்க 50% வாய்ப்பிருக்க, அந்தப் பெண் தவறிழைத்திருக்கவும் 50% வாய்ப்பிருக்கிறது.

ஒரு பெண் கூறினால், உடனே அதை நம்பி விட வேண்டும் என்ற எவ்வித அவசியமும் இல்லை. தேவைப்படும் இடத்தில் யார் வேண்டுமானாலும் பொய் சொல்லுவார்கள்!!

என்னதான் ஆணும் பெண்ணும் சமம் என்றாலும், நம் சமுதாயத்தில், அப்படி நடத்தப்படுவதில்லை. ஆணுக்குச் சில கட்டுப்பாடுகளும், பெண்ணுக்குப் பல கட்டுப்பாடுகளும் விதித்திருக்கிறார்கள். என்ன செய்வது? அதுதான் கசப்பான உண்மை.

பெண்கள் இரவில் தனியாக வெளியே செல்லக் கூடாது, ஆடைக் குறைவாக அணியக் கூடாது, ஆண்களிடம் பேசக் கூடாது, Make-up போடக் கூடாது, அதுவும் திருமணத்திற்குப் பின்பு அறவே கூடாது, எனச் சொல்லிக்கொண்டே போகலாம்.

திருமணமான பெண்ணிற்கு முதல் வேலை, தன் கணவனைத் திருத்துவது என்பது எழுதப்படாத விதி. அவள் ஒரு நல்ல மருமகளாக இருக்க வேண்டும், வீட்டு வேலைகளைச் செய்ய வேண்டும், என்று பல போதனைகள் வழங்கப்படும்.

ஏன் ஆணுக்கும் இப்படிப் பல போதனைகள் வழங்கப்படுமே என நீங்கள் கேட்டால், ஆம்!! அவர்களுக்கும் சில அறிவுரைகள் வழங்கப்படும். ஆனால், பெண்ணிற்கு bonus கஷ்டம் கிடைக்கும் நேரம், அவள் வயதிற்கு வரும் நாள்!!

வயதிற்கு வந்து விட்டால், இதற்கு முன்பு எவ்வளவு ஆண் நண்பர்கள் கூடப் பேசி இருந்தாலும், அதை அப்படியே நிறுத்திக்கொள்ள வேண்டும். மாதா மாதம் வரும் மாதவிடாய் வலியைக் கூட

தாங்கிக் கொள்ளலாம், ஆனால் இவர்கள் சொல்லும் கட்டுப்பாடுகள்தான் மனதிற்கு வருத்தத்தைத் தரும்.

அந்த மூன்று நாட்கள், சொந்த வீட்டிலேயே ஓர் ஓரமாக, இருக்க வேண்டிய கட்டாயம் ஏற்படும் சிலருக்கு, சமையக்கட்டிற்குள் அனுமதி மறுக்கப்படும், வளரும் செடியைத் தொட்டால் தீட்டு என்பார்கள்.

தீண்டாமையினால் ஒடுக்கப்பட்டோருக்காகப் போராடியவர்கள், பிற்காலத்தில் இப்படி ஒரு தீண்டாமைக்குப் போராட வேண்டி வரும் என்று யோசித்திருக்க மாட்டார்கள்.

இது தீண்டாமையை விடக் கொடூரமானது.

சிலர் வீட்டில் இந்தப் பழக்கங்கள் காலம் காலமாக நடந்து அவர்களுக்குப் பழகியே போயிருக்கும். அந்த வீட்டு ஆண்களிடம் கேட்டால், "இதில் என்ன இருக்கிறது? இது வழக்கம்தானே..." என்று கூறுவர்.

அவ்வளவு சாதரணமாகத் தோன்றுபவர்களுக்கு, மாதம் ஒரு மூன்று நாட்கள் மட்டும், வெளியே சொல்ல முடியாத அளவிற்கு, வலியுடன் சொந்த வீட்டில், ஒரு ஓரமாக தங்க வைக்க வேண்டும் என்பது, என் நீண்ட கால ஆசை என்றே கூறலாம்...!

அவ்வளவு ஏன்? ஒரு பெண் கற்பழிக்கப்பட்டால் கூட....அவளின் ஆடையைப் பற்றி விமர்சிக்கும் கூட்டம் இது. 6 மாத குழந்தைகள் கற்பழிக்கப்படும்போது அந்த ஆடை விமர்சகர்கள் எங்கே சென்று ஒளிந்துக் கொண்டனர் என்று தெரியவில்லை! ஒரு பெண்ணிடம் அவளை, இப்படி இரு அப்படி இரு என்று சொல்வதற்குப் பதிலாக

ஆண் குழந்தைகளிடம் எப்படி இருக்க வேண்டும் என்று சொல்லி வளர்ப்பதே சிறந்தது!

காதலுக்கு மறுப்பு தெரிவித்தால்… அந்தப் பெண்ணின் முகத்தில் acid அடிக்கும் அகோரச் செயல் நம் நாட்டிலும் நடக்கிறது என்பது மனதிற்கு மிகவும் வருத்தத்தை அளிக்கிறது! இதுலும் அந்தப் பெண்ணின் மீது பழி கூறும் மக்கள் இருக்கத்தான் செய்கிறார்கள்…

ஆனால், அண்மையில் காதல் மறுப்பு தெரிவித்த ஒரு ஆணுக்கு acid attack நடந்திருப்பதும் வருத்தத்தை அளிக்கிறது! இரண்டுமே தவறுதான்…. பாதிக்கப்பட்டிருப்பது ஆணோ பெண்ணோ…. அவர்களின் மீது குற்றம் கண்டுபிடிப்பதை நிறுத்திவிட்டு… மற்றவர்களைக் காயப்படுத்துவது தவறு என்பதை உங்கள் குழந்தைகளுக்கு உணர்த்துங்கள்!

மேலும், இப்படி எல்லாம் பேசிக்கொண்டு இருந்தால், "உனக்கு எப்படி கல்யாணம் ஆகப்போகுது? எதிர்த்துப் பேசாதே! பொண்ணு னா அடக்க ஒடுக்கமா இருக்கணும்!! இல்லைனா எவனும் கட்டிக்க மாட்டான்!! ஒரு பொண்ணா இருந்திக்கிட்டு இவ்ளோ திமிரா? சேலையில முள்ளு பட்டாலும், முள்ளுல சேலை பட்டாலும், கிழியறது சேலதான்." இப்படி பல boomer கருத்துகளைக் கூறி நம் வாயை அடைத்து விடுவர்.

இதென்ன பிரமாதம்…. இத விட special item ஒன்னு இருக்கு. "அவன் ஆம்பள சிங்கம். ஜான் பிள்ளை ஆனாலும் ஆண் பிள்ளை. நீ பொம்பள புள்ளையா அடக்க ஒடுக்கமா இரு!", இப்படியும் சிலர் கூறுவர்.

ஆம்பள சிங்கம் என்று கூறும் பலருக்கு அதன் முழுக் கதை தெரியாது! ஆண் சிங்கம் வேட்டையாடாது. பெண் சிங்கம்தான் இரைகளை வேட்டையாடித் தன் குடும்பத்திற்கு உணவளிக்கும்.

ஆண் சிங்கம் சாப்பிடுவதற்கும், தூங்குவதற்கும், இனப்பெருக்கத்திற்கும் மட்டுமே பயன்படும். எனவே, இனி யாராவது ஆண் சிங்கம் என்று பெருமை பீத்திக் கொண்டால்... அவர்களிடம் நான் கூறிய கதையை மறக்காமல் கூறுங்கள்!!

சரி! வழக்கமாக என் மனசாட்சி ஒரு கேள்வி கேட்கும் அல்லவா? அந்தக் கேள்விக்கு வருவோம்! அதாவது, பெண்கள் எதெல்லாம் செய்யக் கூடாது என நம் சமுதாயம் சொல்கிறதோ, அதெல்லாம் அவர் செய்தாலும், யாரும் அவரை வெறுக்க மாட்டார்! அவர் விருப்பப்படி அவர் வாழலாம்... யார் அவர்??...

அத்தியாயம் ஏழு

சாதி, மத போதை!

சாதி, மதம் இவை அனைத்தும் மனிதர்களால் வரையறுக்கப்பட்டது! ஆனால், அவற்றின் மீது போதை அதிகமாகி.... நம்மை நாமே இழந்துக் கொண்டு வருகிறோம், என்பதே உண்மை! மனிதர்கள் வாழ்வதற்காக உருவாக்கப்பட்ட இவற்றால், இழந்த உயிர்களின் எண்ணிக்கை கணக்கில் அடங்காதவை!!

ஏன் இப்படி சாதிக்கும், மதத்திற்கும், அடிமையாகி கிடக்கிறோம்? அப்படி அதில் என்ன இருக்கிறது? 6 வயது சிறுவன் முதல், 60 வயது கிழவி வரை அனைவரும் சாதி பெருமை பேசுகிறார்கள்.

பெருமைப்பட அதில் என்ன இருக்கிறது? இந்தச் சாதி, நம் கடின உழைப்பால் கிடைத்ததா? இல்லை இரவில் கண் விழித்துப் படித்துக் கிடைத்ததா? இல்லை! பிறப்பால் கிடைத்தது! பிறக்கும்பொழுது கிடைக்கும் எதற்கும் நாம் பெருமைப்படுவதற்குத் தகுதியானவர்கள் இல்லை!

"சாதிகள் இல்லையடி பாப்பா", என்ற பாடலை பள்ளிக்கூடத்தில் மாணவர்களை மனப்பாடம் செய்து ஒப்பிக்கச் சொல்வதில் எந்தப் பயனும் இல்லை!

வளர்ந்தவர்களே சாதி பார்த்துப் பழகும்போது பாடதிட்டத்தில் அந்தப் பாடல் இருந்து என்ன பயன்? எதற்குப் படிக்கிறோம்? எதைப் பற்றி படிக்கிறோம்? என்று அறியாமலே படிக்கும் வரை நம் நாடு முன்னேறாது.

ஒருவரைப் பார்த்தாலே அவர் இந்தச் சாதியினர், இந்த மதத்தினர் என்று எடைப் போட்டு விடுகிறார்கள். கொடுமை என்னவென்றால், எப்படிச் சாதிகளை கண்டுபிடிப்பது என்பதை குழந்தைகளுக்கும் கற்றுக்கொடுப்பர். இவை முழுவதுமாகத் தொடங்குமிடம் அரசியல்!!

அதில் காட்டும் ஆர்வத்தை, அவர்களின் எதிர்கால வாழ்க்கை நன்றாக அமைய அவர்களுக்குப் பிடித்தத் துறையில் சாதிக்க உறுதுணையாக இருக்கலாம், அவர்களின் பிரச்சனைகளைக் கேட்டு நல்வழிபடுத்தும் நண்பனாக இருக்கலாம்.

தேவையற்ற கருத்துகளைப் பிஞ்சு நெஞ்சங்களில் விதைத்து இவர்களைப் போலவே அவர்களையும் வீணாக்க நம் மக்கள் தயாராகிவிட்டார்கள். இதெல்லாம் முழுவதுமாகத் தொடங்கும் இடம், அரசியல்!!

தேர்ந்தெடுக்கும் தலைவர்கள் நமக்கு நல்லது செய்வாரா? என்று யோசித்து ஓட்டுப் போட வேண்டிய நம் மக்கள், அவர் எந்தச் சாதியினர் என்று பார்த்து ஓட்டு போட்டுக் கொண்டிருக்கிறார்கள். சாதி அரசியலை வைத்தே, நம் நாட்டை நாசமாக்கிக் கொண்டிருக்கிறார்கள்.

நாம் உயிருக்குப் போராடிக் கொண்டிருக்கும்போது, நமக்கு இரத்தம்

கொடுப்பவரிடம் நாம் சாதி பார்ப்பதில்லை.... நமக்குச் சம்பளம் தருபவர் நம் சாதியினரா என்று நாம் பார்ப்பதில்லை....

நாம் விற்கும் பொருளை வாங்குபவர் நம் சாதியினாரா என்று பார்ப்பதில்லை... அவ்வளவு ஏன் நம் உயிரைக் காப்பாற்றும் மருத்துவர் நம் சாதியினரா என்று பார்ப்பதில்லை.... மொத்தத்தில், நமக்குத் தேவை இருப்பவர்களிடம் நாம் சாதி பார்ப்பதில்லை!!

ஆனால், திருமணம் என்று வந்தால் மட்டும் தம் சாதியினரை தவிர வேறு சாதியினருடன் இணைய மாட்டோம் என்று ஒற்றைக் காலில் நிற்பர். நற்குணமுடையவரா... நற்பண்பு உடையவரா.... என்பதைப் பாராமல் சாதியைப் பார்த்து என்ன பயன்?

இந்த boomer சமுதாயத்தை நம்மால் மாற்ற முடியாது! அதனால், அடுத்த தலைமுறையாவது சாதி என்றால் என்னவென்றே தெரியாமல் வளர வேண்டும். அப்படி வளர்க்க வேண்டியது நம் கடமை என்பதை மறந்து விடாதீர்கள்!!

சரி! இப்பொழுது என் மனசாட்சிக்கு வருவோம்! இந்த முறை என்ன கேள்வி என்று பார்த்துவிடலாம்... அதாவது, தண்ணீர் கொடுப்பதற்கே சாதி பார்க்கும் நம் மக்கள்...இவரின் சாதியை மட்டும் பார்க்காமல் இவரை முழுவதுமாக ரசித்துக் கொண்டாடுவர். யார் அவர்? பொறுமை காக்க வேண்டும் மக்களே....! அடுத்தக் கேள்விக்குச் செல்வோம்....

அத்தியாயம் எட்டு

அரசியல் விளையாட்டு!

அரசியல் என்றாலே, நம் மனதிற்கு முதலில் தோன்றுவது, "அரசியல் ஒரு சாக்கடை!" என்பதுதான். இதற்குக் காரணம் யார்? அரசியல் தலைவர்கள் என்று கூறாதீர்கள். அவர்களை ஓட்டுப் போட்டு வெற்றி பெற வைத்ததே நாம்தான்! எனவே, அதற்கு நாமதான் முழுக் காரணம் என்பதை மறக்க வேண்டாம்!

எல்லாமே அரசியல் ஆகிவிட்டது. இலவசமாக மக்களுக்கு அளிக்கும் அரிசி பருப்பிலிருந்து, ஓட்டுக்காக மக்கள் காலில் விழும் வரை அனைத்தும் அரசியலே! பொதுமக்களுக்காக பொதுநலமாக எதையும் யோசிக்காமல் தன்னலம் கருதி வாழ்வதால்தான் நமக்கு இந்த நிலைமை!

"சாதி, மத போதை" எனும் தலைப்பில் கூறி இருப்பேன்... சாதிகள் தொடங்கும் இடம் அரசியல் என்று! அதை நான் ஏன் கூறினேன்... அதன் பின்னணி என்ன... என்பதைப் பார்ப்போம்!

நம் அரசாங்கம் சாதிகள் அடிப்படையில் இட ஒதுக்கீடு அளித்திருப்பது நாம் அனைவரும் அறிந்ததே! இக்கால கட்டத்தில் அது சரியா?... இல்லை தவறா?... என்பதைப் பற்றி நான் சிந்திக்கும்போது... எனக்குத் தோன்றிய சில கருத்துகளை உங்களுடன் பகிர்ந்துக் கொள்ள விரும்புகிறேன்...!

இது சரியா?...தவறா?.... என்பதைக் காணும் முன், இப்படிச் சாதிகள் அடிப்படையில் இட ஒதுக்கீடு எதற்காகச் செய்ய வேண்டும்? இதை யார் கொண்டு வந்தது? போன்ற பல விஷயங்களை நாம் காண வேண்டும்.

நாம் சுதந்திரம் அடைவதற்கு முன்பே இந்தச் சாதி அடிப்படையில் இட ஒதுக்கீடு கொடுக்கும் முறை இருந்திருக்கிறது! இதை நாம் சுதந்திரம் அடைந்தப் பின்னர், பின்பற்ற வேண்டும் என்று வரையறுத்தது Dr.B.R.Ambedkar அவர்களே! தாழ்த்தப்பட்டச் சாதியினரை ஒதுக்கி வைத்திருந்தபோது, அவர்களும் மேலே வர வேண்டும் என்ற நோக்கத்துடன் இந்தத் திட்டம் வரையறுக்கப்பட்டது!

இதன் மூலம் "கீழ் சாதி" என்று மக்களால் ஒதுக்கி வைக்கப்பட்டவர்களாலும் தங்களின் வாழ்க்கையில் சாதிக்க முடிந்தது! சுதந்திரம் வாங்கி 75 வருடங்கள் ஆகிவிட்டன! எல்லா சாதியினரையும் சமமாகப் பார்க்க வேண்டும் என்று நாம் கூறும்பொழுது, இந்த "இட ஒதுக்கீடு" மட்டும் ஏன் சாதியை மையமாக வைத்து அமைந்திருக்கிறது? என்ற கேள்வி என்னுள் எழுந்தது!

என்னதான் சாதி ஒழிந்து விட்டது என்று நாம் கூறினாலும், இன்னும் சாதி என்ற பெயரில் தள்ளி வைக்கும் கொடுமை நம் நாட்டில் நடந்து கொண்டுதான் இருக்கிறது! இருப்பினும் இந்தத் திட்டத்தின் நோக்கம் என்ன என்று நாம் உற்று நோக்கினால்.... ஒடுக்கப்பட்டச் சமுதாயத்தில் இருந்தும் மக்கள் படிக்க வேண்டும், வேலைக்குச்

செல்ல வேண்டும், வாழ்வில் உயர வேண்டும் என்பதே!

இது ஒரு புறம் இருக்க.... மற்ற சாதியில் இந்தத் திட்டத்தினால் பாதிப்பு என்னவென்று, உங்களுக்கு ஒரு எடுத்துக்காட்டுடன் கூறினால் நன்கு விளங்கும்!

ஒரு OBC மாணவன் இருக்கிறான் என்று வைத்துக் கொள்ளுங்கள். அவன் எதோ ஒரு நுழைவு தேர்வில், 300 மதிப்பெண்கள் எடுத்து அவனுக்குக் கல்லூரியில் இடம் கிடைக்கவில்லை. இதுவே, ஒரு SC/ST மாணவன் அதே மதிப்பெண்கள் எடுத்து அக்கலூரியில் இடம் கிடைக்கிறது!

எல்லோரும் சமம் என்று நம் சட்டம் சொல்லும்போது, இது ஒரு சமமான வாய்ப்பாகத் தெரியவில்லை என்று உங்களுக்குத் தோன்றலாம்! ஏனென்றால் எனக்கும் தோன்றியது. இது விஷயமாக நான் ஆராய்ந்துப் பார்த்த போது, சில கருத்துகள் தோன்றின.

இரு சாதியினரும் வெவ்வேறு சூழல்களில் வளர்ந்திருப்பார்கள்! மலைவாழ் மக்களுக்குப் போதிய படிப்பு வசதியும், வருமானமும் இருக்காது! இதே ஒரு நகரத்து மாணவனுக்கு அனைத்து வசதிகளும் எளிதில் கிடைத்துவிடும்! எனவே, இருவரும் சமமான போட்டியாளர்கள் எனச் சொல்லிவிட முடியாது.

அதற்காக OBC சமுதாய மாணவர்கள் எல்லோரும் எளிதில் மதிப்பெண்கள் எடுத்து விட்டனர் என்று அர்த்தமாகாது! அவர்களும் கண் விழித்துப் படித்து, கடினமாக உழைத்துதான் மதிப்பெண்களை

எடுத்திருப்பர். அப்படி உழைத்தும், கல்லூரியில் இடம் மறுக்கப்படுவது வருத்தத்தை அளிக்கிறது!

ஒரு வீட்டில் ஒரு தந்தை, தாய், இரு மகன்கள் இருப்பதாக நினைத்துக் கொள்ளுங்கள்! அதில் மூத்த மகனுக்கு 5 வயது ஆகும் நிலையில் இளையவனுக்கு 1 வயது ஆகிறது. இப்படி இருக்கையில், வெளியே செல்ல வேண்டும் என்றால், மூத்தவனை நடக்க வைத்தும், இளையவனை இடுப்பில் தூக்கிக் கொண்டும் தாய் செல்வது வழக்கம்!

இதில் உங்களுக்கு ஏதாவது தவறு தெரிகிறதா? இல்லை அல்லவா? ஏனென்றால், 5 வயதுச் சிறுவனால் நடக்க முடியும், அதனால் அம்மா அவனைத் தூக்க தேவை இல்லை. ஆனால், 1 வயது குழந்தையால் நடக்க இயலாது. எனவே, அவனுக்குச் சில உதவிகள் தேவை!

அதே போல்தான் தாழ்த்தப்பட்ட சாதியினரக்கும் சில உதவிகள் தேவைப்பட்டது. எனவே, இட ஒதுக்கீடு திட்டம் அவர்களுக்குப் பெரும் உறுதுணையாக இருந்தது! ஆனால், 75 வருடங்களாகத் தூக்கியும் இன்னும் அவர்களை நடக்க வைக்க முடியவில்லை என்பதே சோகம். இது இன்னும் நீடித்தால்.... படிக்க விருப்பம் இருந்தும், குறைந்த மதிப்பெண் எடுத்தாலே போதும் என்ற மனநிலையில்.... மாணவர்கள் படிக்காமல் சோம்பேறியாகவும் நிறைய வாய்ப்பிருக்கிறது!

எல்லா தாழ்த்தப்பட்ட சாதியினரும், படிக்க வசதியின்றி வாடுகிறார்களா? என நீங்கள் கேட்டால்... இல்லை! எனவே, படிக்க வசதி இருந்தும் (தனியாக நடக்க முடிந்தும்) அவர்களை நாம் தூக்கிச் சென்றுக் கொண்டிருக்கிறோம்!

அப்படியென்றால், பொருளாதார அடிப்படையில் இட ஒதுக்கீடு செய்து கொடுக்கலாம் என்று சொன்னால், அப்போதும் அவர்களின் பணத்தைப் பார்க்காமல் அவர்களின் சாதியினைப் பார்த்து ஒதுக்கி வைக்கும் அவலம் ஏற்படும் என, நம் முன்னாள் ஜனாதிபதி திரு. ராம்நாத் கோவிந்த் ஐயா அவர்களை கோவிலினுள் நுழைய விடாமல் தடுத்த அந்தச் சம்பவத்தை வைத்தே நாம் புரிந்துக் கொள்ளலாம்.

அப்போது, இதற்கு என்னதான் வழி? சாதியைப் பார்த்துப் பழகும் பழக்கம் ஒழிய வேண்டும்! சாதியை வைத்து அரசியல் செய்யும் அரசியல்வாதிகள் ஒழிய வேண்டும்! சாதிக்காக ஓட்டுப் போட்டு தலைவராக்கும் மூடர் மக்கள் கூட்டம் ஒழிய வேண்டும்!!

"சாதிதான் சமூகம் என்றால், வீசும் காற்றில் விஷம் பரவட்டும்", என்று அம்பேத்கர் கூறிய கூற்று பலிக்கட்டும்! எங்கே.... சாதி அடிப்படையில் இருக்கும் இட ஒதுக்கீடை எடுத்து விட்டால், சாதி ஓட்டு கிடைக்காமல் போய்விடுமோ என்ற பயத்தில், அரசியல்வாதிகள் அமைதி காக்கின்றனர்.

சாதி அடிப்படையில் இருக்கும் இந்த இட ஒதுக்கீடை பயன்படுத்தி விரைவில் அனைத்துத் தாழ்த்தப்பட்ட சமூக மக்களும் ஒரு நல்ல நிலைமைக்கு வந்து, 75 வருடங்களாகத் தூக்கி வைத்திருந்த நம் இந்தியத் தாயிடம் இருந்து கீழே இறங்கி நடக்க வேண்டும் எனவும், இட ஒதுக்கீடில் கூட சாதியில்லாமல் நம் நாடு, சாதியில்லா நாடாக வேண்டும் எனவும் என் மனம் ஆசைப்படுகிறது!

இப்போது என் மனசாட்சி கேட்கிறது, நாம் எப்போதும் பேசும் அந்த நபர் அரசியலில் விளையாடுவாரா? என்று... அவர் அரசியலில் விளையாடுவாரா என்று தெரியாது, இருப்பினும் சாதி ஓட்டுக்காகப் போலி அரசியல் செய்ய மாட்டார் என்று விடை கிடைத்தது!.... யார் அவர்?...

அத்தியாயம் ஒன்பது

முகத்திரையினுள் வாழ்க்கை!

நாம் அனைவரும் முகத்திரை ஒன்றை அணிந்துக் கொண்டுதான் வாழ்கிறோம் என்பது கசப்பான உண்மை!

ஏன் இவ்வாறு வாழ வேண்டும்? எங்கு நம் முகத்திரை கிழிந்து விடுமோ என்ற பயத்திலேயே பொய் சொல்லி இருப்போம்...தவறு செய்திருப்போம்!

அம்மாவிற்குத் தெரியாமல், மிட்டாய் சாப்பிடுவதில் இருந்து தொடங்கி, கொலை செய்யும் கொலைகாரன் வரை அனைவரும் தன்னை நல்லவனாய்க் காட்டிக்கொள்ள ஒரு முகமூடி அணிந்திருப்பார்கள்.

அனைவரிடமும் நல்ல பெயர் எடுக்க வேண்டும் என்று முயன்று, நாம் நம்மைப் போல் இருக்கவும் முடியாமல், அவர்களுக்குப் பிடித்தது போல் வாழவும் முடியாமல் நிறைய பேரின் வாழ்க்கை நரகமாகிக் கொண்டிருக்கிறது.

தன் குழந்தை ஆசைப்படும் படிப்பைப் படிக்க வைக்க பெற்றோர்கள் நினைத்தாலும், அக்கம் பக்கத்தினர் அதை எப்படி பார்ப்பார்கள்...? உறவினர்கள் முன்னிலையில் அது கௌரவமாக இருக்குமா..? என்று பல கேள்விகளுள் சிக்கி....

இறுதியில், சுற்றி இருப்பவர்கள் எதைப் படிக்கச் சொல்கிறார்களோ அதிலேயே சேர்த்து விடுவர்.

இது படிப்பில் மட்டுமல்ல.... படிப்பில் தொடங்கி, கல்யாணம், வேலை, குழந்தைக்குப் பேரு வைப்பது என, எதிலும் நாம் நமக்கு பிடித்திருக்கிறதா என்பதை முதலில் கருதாமல்... மற்றவரின் கருத்திற்கே செவி சாய்க்கிறோம் என்பது வருத்தமே!

வாழ்வது ஒரு முறை! யாரையும் துன்புறுத்தாமல்... நாம் நமக்குப் பிடித்தது போல் வாழ்வதை விட்டுவிட்டு யாருக்காகவோ பாடுபட்டுக் கொண்டிருக்கிறோம்! இன்று அவர்கள் நம்மைத் தவறாகப் பேசினால்... மறுநாள் வேறொருவரைப் பேசுவார்கள்.

அனைவருக்கும் ஒருவரைப் பிடிக்காது! ஏன், உங்க எல்லாருக்கும் பிடிக்கும் கடவுளை நான் கட்டுக்கதை என்று கூறவில்லையா? அது போல்தான்.... வாழ்க்கையிலும்! எல்லோரும் தனித்துவமானவர்கள்.

யாருக்கும் உங்களைப் பிடிக்காவிட்டாலும், உங்களுக்கு உங்களைப் பிடித்தாலே போதும் வாழ்க்கை சொர்க்கமாகிவிடும்! ஏன் இதெல்லாம் நான் சொல்கிறேன் என்றால்....

இது வரை மற்றவர்களுக்காக யோசித்து நீங்கள் ஆசைப்பட்ட விஷயத்தைச் செய்யாமல் விட்டிருந்தீர்கள் என்றால்...இன்றே அதைச் செய்து மகிழுங்கள்! அடுத்தவர்களை மனதளவிலும், உடலளவிலும், காயப்படுத்தாத எந்தச் செயலும் தவறில்லை!

முகத்திரையுடன் போராடிய வாழ்க்கைப் போதும்! இனியாவது நாம் நமக்குப் பிடித்தது போல் வாழ முயற்சிப்போம்... சரி! இதுவரை என் மனசாட்சி கேட்ட கேள்விகளைப் பார்த்திருப்போம்.... அது கேட்ட கடைசி கேள்வி என்ன தெரியுமா?

இவ்வளவு கேள்விகளுக்கும் விடையாக அமைந்த அந்த நபர் கூட மற்றவரிடம் பழகும்போது முகத்திரை அணிய வேண்டுமா? என்பதே, அந்தக் கேள்வி. இதற்கான விடையையும், அந்த நபர் யார் என்பதையும் இப்பொழுது காணலாம் வாருங்கள்...!!

அத்தியாயம் பத்து

மர்ம நபர் யாரோ?

நாம் எல்லோரும் எதிர்ப்பார்த்த அந்த நபர் யாரென்று பார்ப்பதற்கு முன் சற்று யோசித்துப் பாருங்கள்... ஒரு சராசரி மனிதனால் என் மனசாட்சி கேட்ட அனைத்து வினாக்களுக்கும் விடையாக இருக்க முடியுமா? நிச்சயமாக முடியாது. அல்லவா?

அப்பொழுது இவரென்ன கடவுளா? இல்லை! பின்பு மற்றவர்களுக்கும் இவருக்கும் அப்படி என்ன வித்தியாசம் இருக்கும்? ஒரு சராசரி மனிதன்.... தான் சாகும் வரை போராடி வாழ்ந்துக் கொண்டிருப்பான்...

மற்றவர்களுக்குப் பயந்து... எந்த விதமான துணிச்சலான முடிவையும் எடுக்காமல் ஒரு சராசரியான வாழ்க்கையை வாழ்வான். உதாரணத்திற்குப், பிறந்து, வளர்ந்து, சுமாரான மதிப்பெண்கள் எடுத்து, ஏதோ ஒரு கல்லூரியில் சேர்ந்து, ஏதோ ஒரு வேலை வாங்கி...யாரோ ஒருவரைக் கல்யாணம் செய்து கொண்டு.... பிள்ளைகளைப் பெற்றுக் கொண்டு... அவர்களுக்குப் பிள்ளைகள் பிறக்கும் வரை தன் காலத்தை ஓட்டிக்கொண்டு, கடைசியில் இறந்து விடுவார்.

இப்படி எல்லோருக்கும் பயந்து, சுயமாக ஒரு முடிவெடுக்கத் தெரியாமல் வாழ்வது பயனற்றதாகும். நான் கூறிய அந்த நபர்.... இவர்கள் எல்லோருக்கும் அப்பாற்பட்டவர். அவர் சாகும்

வரை வாழ்பவர் அல்ல! இறந்த பின்பும் இவ்வுலகில் வாழ்பவர்!

புரியவில்லையா? நீங்கள் எந்தத் துறையைத் தேர்ந்தெடுத்தாலும் சரி, அதில் நீங்கள் கடினமாக உழைக்க வேண்டும். ஏனோ தானோ என்று அலட்சியமாக இருக்கக் கூடாது. அப்படி நீங்கள் கடினமாக உழைத்தால்.... அதில் நீங்கள் மாபெரும் சாதனை புரிவீர்கள்!

சாதனையாளர்கள் மட்டுமே.... இறந்தும் வாழ்வார்கள்! தன்னலம் கருதாமல், பிறர் நலம் கருதினாலே, நீங்கள் ஒரு நல்ல மனிதராகிவிட்டீர்கள் என்று அர்த்தம். மேலும், கடின உழைப்பும், பணிவும் உங்களை மென்மேலும் உயர்த்தும்!

ஆம்! என் மனசாட்சி கேட்ட கேள்விகளுக்குக் கிடைத்த விடை ஒருவரல்ல!! சாதனைப் புரிந்த அனைத்து நல் உள்ளங்களும் தான்!!

சரி, அப்படிச் சாதனைப் புரிந்தவர்களை எல்லோருக்கும் பிடிக்குமா? அவரைக் கேள்வி கேட்பதற்கு யாருமே இல்லையா? என்று நீங்கள் கேட்டால்.... இதோ உங்களுக்கான பதில்!!

நான் ஆரம்பத்திலேயே கூறியதுதான்! ஒருவரை அனைவருக்கும் பிடிக்காது. அவர் எவ்வளவு நல்லவராக இருந்தாலும், அவரிடம் இருக்கும் குறையை மட்டும்தான் பார்ப்பார்கள். இருப்பினும், அவர் தொட முடியாத உயரத்தில் இருப்பார்.... இவர்கள் கத்திக் கூச்சலிட்டாலும் அது அவர் காதுக்குக் கேட்காது.

உங்களுக்குப் புரிவது போல் சொல்கிறேன் கேளுங்கள்! உதாரணத்திற்கு, பெண்களின் ஆடை

குறைவாக இருந்தால், அதைப் பற்றி தவறாகப் பேசி அந்தப் பெண்ணின் குணத்தையே சந்தேகப்படும் சில ஆண்கள், சானியா மிர்சா விளையாடும்போது #Proudindia என்று post போடுவோர்கள்!! விளையாடும்போது, அவரது ஆடையும், குறைவாக இருந்தது என்பதை கவனிக்காமல்!

மேலும், நாம் cricket விளையாட வேண்டும் என்று கூறினால்.... "அதெல்லாம் வேண்டாம். படிக்கிற வேலைய பாரு", என்று சொல்லும் நம் அப்பா தான்.... IPL வந்து விட்டால்.... Chennai superkings க்கு பெரிய விசில் அடித்துக் கொண்டிருப்பார்!!

இதெல்லாம் ஏன் என்று யோசித்துப் பார்த்ததுண்டா? ஏனென்றால்.... அவர்களெல்லாம் சாதனையாளர்கள்!! நீங்கள் கேட்கலாம்... காமராசரையே தோற்கடித்த மக்கள் நம் மக்கள் என்று.... ஏன், Dr.அப்துல் கலாம் அய்யா அவர்களை வெறுக்கும் ஆட்கள் கூட நம் நாட்டில் இருக்கிறார்கள்!

இருப்பினும், சிலர் அவர்களை வெறுத்தாலும், காலத்தால் அழியாமல் அவர்களின் பெயர்கள் நிலைத்து நின்றிருக்கிறது. அதற்கு அவர்களின் கடின உழைப்பே காரணம்! நீங்கள் நினைத்தபடி நீங்கள் வாழ வேண்டும் என்றால்... வாழ்க்கையில் சாதிக்க வேண்டும்!

பிறந்தோம், வாழ்ந்தோம், இறந்தோம் என்று இருக்காமல், பிடித்தத் துறையைத் தேர்ந்தெடுத்துக் கொண்டு, அதில் அயராது பாடுபட்டால்... வெற்றி நிச்சயம்! நம் வாழ்க்கையை, நமக்குப் பிடித்தது போல் வாழ, மற்றவர் நம்மைக் காயப்படுத்தாமல் இருக்க, அவர்கள் பேசுவது நம் காதுக்குக் கேட்காத

அளவிற்கு உயரமான இடத்திற்கு நாம் செல்ல வேண்டும்!

நன்றாக யோசித்துப் பாருங்கள்.... நாம் அந்த அளவிற்குக் கடினமாக உழைத்து, முன்னேறிவிட்டால்... நம்மிடம் எவ்வளவு பணம் இருக்கிறது, நாம் என்ன சாதி, என்ன மதம், கடவுள் நம்பிக்கை இருக்கிறதா, அடக்க ஒடுக்கமான பெண்ணாக இருக்கிறோமா என்று யாரும் ஆராய மாட்டார்கள்...

அப்படி ஆராய்ந்துப் பார்த்து, ஒரு வேலை அவர்களுக்கு நம்மைப் பிடிக்கவில்லை என்றாலும், அதை அவர்கள் புரளிதான் பேச முடியுமே தவிர, முகத்திற்கு நேராக கூற முடியாது! ஏனெனில், அவர்களால் நம்மை நேருக்கு நேர் காண முடியாது. அண்ணாந்துதான் பார்க்க முடியும்!...

"முதலில் அந்த நபரை எல்லோரும் கொண்டாடுவார்கள் என்று கூறினாயே?", என்று நீங்கள் என்னைக் கேட்டால்... ஆம்! கூறினேன். பாதி பேருக்கு உண்மையிலேயே பிடித்திருக்கும்.... மீதமுள்ளவர்களும் பிடித்ததுப் போலவே நம் முன் நடிப்பார்கள்! அவர்களின் அந்தப் பயம்தான் நமது வெற்றி!

என் மனசாட்சியின் கடைசி கேள்வி நினைவிருக்கிறதா...? சாதித்தவர்களும் முகத்திரையினை அணிய வேண்டுமா என்று....? அதற்கான பதிலை நீங்களே நிர்ணயித்துக் கொள்ளுங்கள். ஏனென்றால், நீங்களும் வருங்கால சாதனையாளர்கள்தானே!!

கறை படிந்த மனிதத்தில், நம் கறைகளை மறைத்துக் கொள்ள நாம் சற்று அதிகமாகவே போராட வேண்டி இருக்கிறது! எனவே, வெவ்வேறு துறைகளில் இனி சாதிக்கவிருக்கும் அனைவருக்கும் என் வாழ்த்துகளைக் கூறி... விடைபெறுகிறேன்!

நன்றி!

வணக்கம்!!